माझ्या चेहरा

रजत महेशकर

Copyright © Rajat Maheshkar
All Rights Reserved.

ISBN 979-888546389-8

This book has been published with all efforts taken to make the material error-free after the consent of the author. However, the author and the publisher do not assume and hereby disclaim any liability to any party for any loss, damage, or disruption caused by errors or omissions, whether such errors or omissions result from negligence, accident, or any other cause.

While every effort has been made to avoid any mistake or omission, this publication is being sold on the condition and understanding that neither the author nor the publishers or printers would be liable in any manner to any person by reason of any mistake or omission in this publication or for any action taken or omitted to be taken or advice rendered or accepted on the basis of this work. For any defect in printing or binding the publishers will be liable only to replace the defective copy by another copy of this work then available.

नमस्कार मित्रांनो...

मी रजत महेशकर मला कथा आणि कादंबरी वाचनाची खूप आवड आहे. याच प्रेरणेतून मी तूमच्यासाठी काही कथा घेऊन येत आहे. माझ्या काही कथा या काल्पनिक आणि अनुभवातून घेण्यात आलेल्या आहेत.

हे पुस्तक मोफत नाही यामागे माझं मन भावना आणि कष्ट आहेत. पण तरीही आम्ही ते वाचकांना विनामूल्य घेऊ देतो, कारण ई-पुस्तक एकदा बनलं की एकजण वाचो किंवा एक लाख, आमचं काहीच कमी होत नाही.. उलट आम्हाला आनंद मिळतो आणि मजा येते.. पण तुम्ही ते मोफत का घ्यावं? तुम्हालाही काही देता येईल ना. असे काही द्या आम्हाला ही बरं वाटेल आणि तुम्हालाही आनंद मिळेल आणि तुमचं काहीच कमी होणार नाही. तुम् आशिर्वाद आणि शुभेच्छा द्या आम्हाला द्या मित्रांना हे पुस्तक मेल आणि Whatsapp करा ई-पुस्तकचे इन्स्टाग्राम आणि व्हॉट्सअप यांवर स्वतः जा व इतरांना आमंत्रित करा. सोशल मिडियावर माझ्या ई-पुस्तकाचा प्रचार करा. सर्वात बहुमोल अशा तुमच्या सूचना द्या दाद म्हणजे स्तुतीच असावी असे नाही.. प्रांजळ मत, सूचना, टीका, विरोधी मत यांचे स्वागत आहे. प्रामाणिक मत ज्याने आम्हाला प्रगती करण्यासाठी दिशा ठरवण्यास मदत होईल.. मराठीत अधिक कसदार लेखन व्हावे व त्यातून वाचक अधिकाधिक प्रगल्भ व्हावा, अखेर संपूर्ण समाज एका नव्या प्रबुद्ध उंचीवर जात रहावा...

माझी आशा आहे की, माझ्या कथा तूम्हाला नक्कीच आवडतील आणि काही चूकल असेल नक्की सांगा. आवडेल मला....माझ्या कथा Share आणि Comment, Feedback करायला विसरू नका.... धन्यवाद.....

अनुक्रमणिका

ऋणनिर्देश, पावती vii

प्रस्तावना ix

नांदी, प्रस्तावना xi

1. माझ्या चेहरा 1

धन्यवाद 13

• v •

ऋणनिर्देश, पावती

प्रकाशक : *RM Publication*

छायाचित्र मुद्रीत, एडीटींग, क्रीएव्टिव्ह आणि लेखक-
रजत महेशकर

वेबसाईट- *www.amzonkindle.com*

प्रकाशन : 23 डिसेंबर 2021

(श्री शालीवाहन शके 1943)

RM Publication Copyright ®2021

विनामूल्य वितरणासाठी उपलब्ध..

आपले वाचून झाल्यावर आपण हे फ़ॉरवर्ड करू शकता...

ऋणनिर्देश, पावती

Copyright ©? 2021

(This declaration is as per the Copyright Act 1957 read with Secetions 43 and 66 of the IT Act 2000. Copyright protection in India is available for any literary, dramatic, musical, sound recording and artistic work. The Copyright Act 1957 provides for registration of such works. Although an author's copyright in a work is recognised even without registration, Infringement of copyright entitles the owner to remedies of injunction, damages and accounts.)

प्रस्तावना

काही आठवणी असतातच अश्या गुंतागुंतीच्या, सोडवायचं म्हटलं तर एक नवीन आठवण निर्माण करतात.. काही नाती न उलगडणारी असतात तर काही बंध न सुटणारे असतात.. कोणत्या नात्याला किती महत्व द्यायचं ये प्रत्येक जणावर अवलंबून असत.. पण काही नात्यांमध्ये असा जिव्हाळा आपसूकच येतो.. बऱ्याचदा एखाद्या व्यक्तीशी आपलं नातं काय हे महत्वाचं नसतं, तर महत्व असत भावनांना, त्याच्यावर असणाऱ्या विश्वासाला.

अश्याच विश्वासाच्या जिव्हाळ्याच्या, आणि आपुलकीच्या कथा घेऊन येत आहे, हे आमचे ई-पुस्तक.....

नांदी, प्रस्तावना

'माझ्या चेहरा' या कथासंग्रहातील सर्व घटना, पात्र, ठिकाण तसेच प्रसंग हे पूर्णतः काल्पनिक असून त्याचा वास्तवातील कोणत्याही व्यक्ती, घटना किंवा ठिकाण याच्याशी कोणत्याही प्रकारचा कसलाही संबंध नाही.. असे काही आढळून आल्यास तो निव्वळ योगायोग समजावा. या ई-पुस्तकात प्रकाशित केलेल्या कथा आणि त्यावर मांडलेली मते याची संपूर्ण जबाबदारी कथा लेखिकांची असेल.. पुस्तक वाचनासाठी निशुल्क उपलब्ध असले परंतु विनामूल्य नाही. मूल्य स्वरूपात आपण आम्हाला आपल्या अमूल्य प्रतिक्रिया नक्कीच देऊ शकता.. आपल्या बहुमोल अश्या सूचना सुद्धा नक्कीच द्या.. आपले वाचून झाल्यावर आपण हे पुढे पाठवू शकता.. तरीही हे ई-पुस्तक कोणत्याही वेबसाईटवर ठेवण्याआधी किंवा वाचना व्यतिरिक्त वापर करण्यापूर्वी बेकांची लेखी परवानगी आवश्यक आहे.

या पुस्तकातील लेखनाचे सर्व हक्क लेखिकांकडे सुरक्षित असून पुस्तकाचे किंवा त्यातील अंशाचे पुनर्मुद्रण वा नाट्य, चित्रपट किंवा इतर रूपांतरण करण्यासाठी लेखिकांची लेखी परवानगी घेणे आवश्यक आहे.. तसे न केल्यास कायदेशीर कारवाई होऊ शकते..

1

माझ्या चेहरा

आपल्या सगळ्यांची एक अपेक्षा किंवा इच्छा असते की आपण ज्याच्यावर प्रेम करू ती जगातील सर्वात सुदंर व्यक्ती असावी. पण, प्रत्येकाचे सौंदर्याचे मायने हे वेगवेगळे असतात.. जसे की काहींना गोरे लोक आवडतात तर काहींना सावळे, काहींना उंच तर काहींना छोटे कोणाला जीव लावणारी मनमिळावू हवी असते. असेच प्रत्येक व्यक्तीला त्याची लाईफ पार्टनर मिळावी अशी अपेक्षा असते..

अश्याच एखाद्या व्यक्तीच्या शोधात होती.. तीची अपेक्षा होती की त्याला त्याची लाईफ पार्टनर , बिल्डर बॉडी, हँडसम डॅशिंग मुलगा त्याचे उंच ६ फुट पर्यंत लांब असावं आणि डोळे निळसर रंगाची अशी होती तीच स्वप्न ते साहजिकच होते कारण ती दिसायला देखणा देखील होती. ती दरवेळी अशाच मुलाचे स्वप्न बघत असायचा आणि प्रत्यक्षात म्हटलं तर ती 26 वर्षाचा झाला तरी त्याला असे मुलगा मिळालीच नाही याचा आयुष्यामध्ये आणि मग त्याच्या घरच्यांनी ही तिच्यावर लग्नाचं प्रेशर टाकायला सुरुवात केले. त्याने ही लग्नासाठी होकार दिला. पण तीला माहिती होतं की ज्या मुलासाठी त्याच्या घरचे लग्न ठरवणार आहेत त्याला तो कधीच पसंत पडणार नव्हती. म्हणून त्याने मुलगा बघण्यासाठी पण नकार दिला आणि मग काय... त्याने घरातल्या लोकांच्या दबावामुळे शेवटी लग्नाला होकार दिली. ती मुलगी त्या मुलाला बघायला सुद्धा तयार नव्हती..

माझ्या चेहरा

मग एक महिन्यानंतर त्याने डायरेक्ट लग्न केले. दुसऱ्याच दिवशी ऑफिस कामाचे कारण सांगुन ती दोन महिन्यांसाठी टुर ला गेली आणि आपला नवरा आपल्या कामात व्यस्त होता इथे त्याचं नवरा ती येण्याची वाट बघत बसले.. पण, ती कधीच घरापासून कधीपर्यंत लांब राहू शकली असती. दोन महिन्यानंतर ती परत जेव्हा घरी पोहचले तेव्हा त्याचं नवरा (त्याचं नाव शंतनु) ने तीच्यासाठी दरवाजा उघडला. निळ्या साडी रुप मध्ये असलेली बायको (मायरा) होते. त्याने थोड्या आवाजात अडखळत तीला विचारले...

शंतनु- Hii !! मायरा कशी आहे गं तु?

मायरा- Hello !!!

तीनं ने असे उत्तर दिली. याला फक्त एवढेच बोलून खोलीमध्ये निघून गेला याला वाटावं की दमली असेल आणि म्हणूनच शंतनु ला मायराच्या या ती वागण्याचा बद्दल काही समजलच नाही.. त्याला वाटलं की ती थकली वगैरे असेल म्हणून काही न बोलता फ्रेश व्हायला गेली असेल. मग शंतनु ने पहिल्यांदा मायरा ला बघितलं होत. तो तीच्या विचारतील लाईफ पार्टनर सारखी तर नव्हती ज्या मुलाच स्वप्न मायरा बघत होती. पण, मायरा आपल्याच अंदाज मध्ये खूप सुंदर आणि हुशार होती तीचे केस कंबरेपर्यंत होते. तीला निळे डोळे असलेली मुलगा हवं होतं..

पण शंतनु काळे भोर रंगाची सावळ्या वर्णाची आणि त्याचं लीन बॉडी प्रकारच्या अस मुलगा होता. त्याच स्वभाव शांत मनमिळाऊ होता. तीला काही फरक पडलं नाही.. कारण असं आहे की, तीला तरीही काही अपेक्षा नव्हती. शंतनु ला काय माहिती? तरी पण तो एवढ्या अपेक्षा घेऊन बसले होता. आपली ही नवीन सुंदर जग आणि आणि आपल्या आयुष्या संसारबरोबर स्वप्न बघत बसले...

तिच्या या वागणुकीमुळे तो काहीशी आश्चर्यचकित झालेलं होतं. या नंतर दोन महिन्यामध्ये तो फक्त एवढाच विचार करत होता की, आपली बायको मायरा आल्यावर काय होईल? तो तिच्यासाठी हे करेल ते करेल त्याचे स्वप्न शंतनुच्या मनामध्ये चमकत होते.

परंतु जशी मायरा परत आल्यानंतर त्याच्या डोळ्यातील चमक म्हणून जशा डोळ्यातील अश्रुं भावनिकसारखे वाहून यायला लागले. मायरा काही थोड्या वेळानंतर रुममधून बाहेर आली.

शंतनु- अगं मायरा... कॉफी पिणार का तु ?

मायरा- हम्म......(लॅपटाप मधुन ऑफिस च काम करत होती)

शंतनु- हे मायरा तुझी ट्रीप कशी होती गं ???? सांग ना मला...

मायरा- ठीक होती..

शंतनु- I hope तुझं सगळी कामे चांगल्याप्रकारे झाली असतील आहे ना गं,

मायरा- हो यार मला Irritate नको करु प्लीज, मला कॉफी आणुन दे बस... जा... leave it.. forget it.. तु का जाशील मीच निघून जातो.. (रागाच्या भरात)

शंतनु- मायरा अगं अस काय केलयं मी ?? जेव्हा पासून आलेत तेव्हापासून खूप रागात आहेत तेव्हा पासून एक ही धड बोलत नाही आहे माझशी..

ती परत आपल्या रुममध्ये गेली आणि शंतनु ला मायराच्या रागवण्याच कारण समजत नव्हता. तो रात्रीची वाट बघू लागली आणि जेव्हा तीचे सगळी कामे आटपून झाल्यावर रात्री आपल्या रुममध्ये गेली तेव्हा तीला बघितलं की आपल्या रुम मध्ये जाऊन झोपलेली होती.. तो गपचूप रडत रडत बेडवर झोपून गेला तसाच.

असेच तीचं वागणं काही दिवस निघून गेले तरी पण शंतनु ला तीच्या वागण्याचे काही कारण कळत नव्हतेच. नंतर त्याने मायरा शी खूप बोलण्याचा प्रयत्न केला.. पण, मायरा एकही प्रश्नांची सरळ उत्तर द्यायला तयार नाही..

शंतनु- अगं मायरा!! काय झालं तुला? तु दरवेळी माझ्यावर का चिडचिड करताय? का दरवेळेस रागवत असते? मी काय चुकीचं केलं गं? सांग ना मला..

मायरा- नाही तुझ्याकडून काहीच चुक नाही आहे..

शंतनु- तुला दुसऱ्या मुलावर प्रेम आहे का? असं असेल तर मला स्पष्टपणे सांग...

माझ्या चेहरा

मायरा- हे बघ मी खूप दमलीय, मला झोपू दे..

शंतनु- नाही मायरा.. नाही आज तुला माझ्याशी बोलावच लागेल.. अशी कोणती गोष्ट आहे? का सारखं मला अशी शिक्षा देतोय गं?

मायरा- Okay, तर एक... तुला जाणून घ्यायचे आहे ना. मला तुझ्या सारख्या मुलाबरोबर लग्न नाही करायचंच होत.. मला एका हँडसम स्मार्ट मुलाशी लग्न करायचं होत शेवटी पण माझं नशीब खराब.... तू मला भेटले....

शंतनु- म्हणजे तुला माझा चेहऱ्याचा प्रॉब्लेम आहे..

मायरा- Yes, अगदी बरोबर.. मला तुझ्या चेहऱ्याचा प्रॉब्लेम आहे मला तुझ्याकडे बघायला पण आवडत नाही समजलं का..

शंतनु- अगं मायरा फक्त सुंदर चेहरा तुझ्यासाठी सगळं आहे?

मायरा- हो.. तुला काही Problem आहे का?

शंतनु(मनात तुटलं सारख होतं)- काय??

मायरा- तर अशी गोष्ट आहे तर मग मी ईथे राहून काय करु तु मला आवडतं नाही..

शंतनु- अगं मायरा एक गोष्ट लक्षात ठेव.. प्रेम चेहऱ्याशी नाही केले जात, मनाशी होते.. सौंदर्याशी नाही, आत्म्याशी होते आणि ज्याच्या मनात प्रेम असतं ना ते आपोआप सुंदर होऊन जातो, प्रेम माणसाला आतुन सुंदर बनवतो आणि आज पासून माझ्या नजरेत तुझ्यासारखे कुरुप माणूस कोणीच नाही.. कारण तुझ्या मनात कोणासाठी पण प्रेम नाहीये.. तुला माझा चेहरा नाही बघायचा ना.. माझा सावळा वर्णाची रुप बघून तुला राग येतो ना.. तर ठीक आहे मग मी तुला आज पासुन वचन देतो की माझा हा चेहरा तुला कधीच पाहायला मिळणार नाही.. एक दिवस नक्की तुला कोणासोबत खरं प्रेम होईल..

शंतनुच्या डोळ्यांमध्ये अश्रू घेऊन तिच्या नजरेसमोरून त्याच्या आयुष्यातून निघून गेली आणि मायरा ज्या मुलाची वाट बघण्यासाठी शंतनुला दुखावले गेले तसंही पुढे तीला मुलगा मिळालीच नाही.. तसंही तीला मिळणारच नव्हतं कारण ती एक गोष्ट समजत नव्हता की, जेव्हा आपण एखाद्या व्यक्ती शी प्रेम करायला लागतो तो व्यक्ती जगातली सर्वात सुंदर व्यक्ती समजू लागतो . तीने स्वतः ला ऑफिसच्या कामात

• 4 •

व्यस्त ठेवले . कधी कधी लोक स्वतः ला आपल्या प्रेमापासुन लांब ठेवावा लागतो आणि काही लोक असे असतात नशिबवान ना ज्यांना दुसरी संधी मिळते..

(6 महिने नंतर)

एका ऑफिस मध्ये काम करत असताना बॉस कडे जातो एवढ्यात एक अनोखी व्यक्ती (त्याचं नवरा शंतनु) म्हणून तीला चुकुन धक्का लागले तो क्षण एकमेकांकडे बघत असतो..

मायरा- आउच!! ओ मिस्टर बघून चालता येत नाही का !

शंतनु- Oh shit sorry ma'am चुकुन धक्का लागला तुला लागलं तर नाही ना? मायरा तू !!

मायरा (तीच्या चेहऱ्या बघण्याचा राहील)- तुम्ही!!

शंतनु- Hi मायरा कशी आहेस गं तु ?

मायरा (मनात घालमेल)- Hii शंतनु... कसे आहात तुम्ही? (पहिल्यांदाच त्याच नावाने हाक दिली)

मायरा आणि शंतनु काही का होईना पण नशिबाने त्यांची पुन्हा एकदा भेट घडवून आणलीच..

शंतनु- आहेत जसं तु मला सोडलं तसं.. विचित्र चेहरा...

मायरा- ह ह? हे बघा... अस काही नव्हतं माझ्या मनात माझा हेतू तुम्हाला दुखवण्याचा नव्हता पण, मी तुझ्यावर कधी प्रेम करू शकलो नसतो.. You know that...

शंतनु- Yeah I know.. (मनात नाराजगी आहेत तीच्या बद्दल)

मायरा- तर मग तुम्ही एवढं का नाराज आहेस? तुम्ही माझ्याशी मैत्री कराल का, that we can't even be friends.. दुसरा पर्याय कुठला ठेवलं नाही आहे, प्रेम तर तुम्ही नाही करू शकत.. चला तर मग मित्र तरी बनूया आपण..

शंतनु- हरकत नाही तुझ्यासारखे मुली माझ्याशी Hopeless मित्रा बरोबर मैत्री करायला...

मायरा- चेष्टा करतोय माझी तुम्ही....

शंतनु- छे ते अजिबात नाही.. नाही गं बर ते जाऊ दे तु माझ्यासोबत कॉफी शॉप वर येते का? एकटीच आलेली आहे अजून कोणाबरोबर?

मायरा (मनात आनंदाच्या उडी)- हो, नाही ना एकटीच आलेली मी इथे... ऑफिस मध्ये बसुन बसुन बोर होतोय तर म्हटलं काहीतरी वेळ इथे टाईमपास करत बसले मी आणि तुम्ही ? (मला काहीच कळत नाही आहे)

शंतनु- मी तर काही नाही समोरच्या बिल्डिंग मध्ये माझं ऑफिस आहे.. मी मित्रांसोबत फक्त कॉफी प्यायला आलेलो इथे..

मायरा- ओह अच्छा Okk... बर ऐक ना.. आज तुम्ही संध्याकाळी फ्री आहेस का?

शंतनु- हम्म माझा विचार होता की मुव्ही बघायला जाउया म्हटलं कारण मी मित्रांसोबत जाणार होतो but ते नाही येणार म्हणते काही कारणांमुळे.. मी एकटे जाणार होतो म्हटलं?

मायरा- If you don't mind मी तुमच्या बरोबर मुव्ही बघायला येऊ शकते ना I mean, माझं तसं काही नाही आहे..

शंतनु- Yeah okay but I thought we are friends so मुव्ही बघायला तर जाऊ शकतो..

मायरा- Okay done.. ठीक आहे आपण जाऊ...

(ऑफिस सुटल्यावर मुव्ही बघायला जातो दोघेही)

शंतनु एवढा पण रागीट स्वभावाचा नव्हता. तीला जाणीव होती की त्याने शंतनु ला दुखवलेले गेल्या म्हणून. त्याच तिच्यावर प्रेम होतं फक्त एवढच होत तीच नव्हते की स्वतः वरच गील्ट कमी करण्यासाठी त्याने म्हणून मायरा शी मैत्री केलेल. कारण तो या गोष्टी ची काळजी घेऊ शकेल की ती खुश आहे म्हणून. त्यानं पण काही विचार नाही केला. तिने चुकीचे की बरोबर या सगळ्या गोष्टी विसरून फक्त या क्षणाचे आयुष्य जगायच ठरवलं. तिच्याकडे पण आता गमावण्या सारखं अस काही नव्हते.. पहले पुर्वी एक नवरा होता त्याने सावळ्या वर्णाची म्हणून सोडून दिले तीनं आणि आता तोच नवरा प्रेमाची किंमत मैत्री ने वसुल करतोय..

मायरा (मनामध्ये आनंदी)- What a movie यार मजा आली यार खुप मस्त..

शंतनु- हा हा... तुला तर आवडलीच असेल, माझी तर घाबरून हालत खराब झालेली...

मायरा- मला माहिती नव्हतं की तुम्ही इतके ॲक्शन मुव्ही बघून इतके घाबरतेस...

शंतनु- तुला तर खूप काही माहिती नाही गं..

मायरा- तसंही तुम्ही जास्त स्वतः ला शुर वीर समजु नका...

शंतनु- हा हा... Okay आईसक्रीम ?

मायरा- Yes please..

शंतनु- हम्म Strawberry ice cream right..

मायरा- हा हा !! तुमच्या लक्षात आहे ?

शंतनु- Yes मायरा एवढा पण वाईट माणूस नाही यार मी..

मायरा- नाही नाही...

शंतनु- फक्त एवढंच की माझं heart break झालंय.. बाकी सगळं ठीक आहे.. don't worry मायरा..

मायरा- अहो चेष्टा केलीय मी तुमची..

शंतनु- अच्छा..

मायरा- खूप उशीर झालाय ना मला घरी जायला हवे...

शंतनु- मी तुला drop करु ? मायरा...

मायरा- Its ok शंतनु.. मी जाईन माझी मी...

शंतनु- No No मायरा... it's getting very late I'll drop you..

मायरा- Ohh चक्क माझ्यावर हक्क गाजवताय तुम्ही??

शंतनु- तू मला टोमणे मारणे कधी बंद करशील का? गप्पचुप चल गं प्लीज...

मायरा- Ok okay शंतनु.. चला निघूया...

मायरा- Okay शंतनु आले आपण तुझं घरी तर.. शंतनु- तु ईथे राहतेस का गं?

मायरा- ह़ो मी तुझ्या घराच्या बाजूला ठिकाणी राहत आहेत मग काय करु, घरच्यांना हे सांगू की मी माझ्या नवऱ्याला या साठी सोडलं म्हणून..

शंतनु- कारण की माझं चेहरा सुंदर नाहीये, आहे ना मायरा!

मायरा- हे बघ.. शंतनु I am really very sorry..

शंतनु- It's okay.. मी काही तक्रार नाही करत आहे..

मायरा- Thanks शंतनु for dropping me, good night see you..

शंतनु- Good night मायरा..

या ज्या थोड्याश्या मिळणाऱ्या मैत्रीतून मायरा इतकं खुश झाली. पण शंतनु हा करु लागला की या आधी ती त्याचाशी मैत्री करण्याचा प्रयत्न का नाही केला.. दोघेजण एकमेकांच्या बरोबर एवढे अनुरूप होते पण तीने कधी प्रयत्न च नाही केली. आणि शंतनु ने स्वतःला बदलवुन टाकले पहले तिला आवडायचं नाही आता शंतनु ने स्वतः वर बदल घडून आले तेव्हा त्या वेळी तो खुप दुःखी होत आणि या चेहरा मुळं आणि राहणीमान स्वतःला सुधारुन जसं आयुष्य जगायला सुरुवात केलंय त्यानं.. तेच ती बायको म्हणजे मायरा नी आफिस मध्ये भेट झाली मैत्रीमुळे त्या सोबत क्षणी वेळ घालवून हळू हळू आवडायला लागली तिला. नंतर शंतनु घरी पोहोचल्या नंतर मायरा ने त्याला मेसेज केला...

मायरा- Hii शंतनु.. आताच पोहोचली मी बघ...

शंतनु- Great... आज खूप मजा आली ना..

मायरा- होय.. मला सुद्धा... And I'm sorry शंतनु...

शंतनु- का ?? कशासाठी सॉरी...

मायरा- म्म्म.... मी तुझ्या आयुष्यातून निघून गेले त्याबद्दल खरंच सॉरी शंतनु...

शंतनु- काही हरकत नाही.. it's okay मायरा मला ही खुप बरं वाटलं तुझ्यासोबत, नेक्स्ट टाईम तुला रोमँटिक मुव्ही बघायला जाऊ आपण okk मायरा....

मायरा- sure any time शंतनु...

शंतनु- चला तर आता झोपतो मी..खूप उशीर झालाय उद्या ऑफिस आहे माझं... तु ही आराम कर मायरा काळजी घे Good night..

मायरा- Good Night शंतनु and take care sweet dreams..

तर त्याला काय वाटलं असेल एकटे सोडून मला खूप आता वाईट वाटले.. तिने जरा एक सुद्धा विचार नाही केला की तो घर एकटं राहणं

आणि स्वतःला सांभाळत राहिला मी सोडून गेल्यावर तो कसा राहील मी नसताना हे कल्पना करु शकत नाही आणि बस स्वार्थीपणाने मी फक्त स्वतः चा विचार केला आणि तो मात्र सगळं सहन करत राहिली एवढं त्रास होऊन ही आता तो माझ्या शी छान बोलतं आहे.. मायरा रात्रभर हाच विचार करत राहीली की किती वाईट वागलो आपण त्या बरोबर किती स्वार्थी पणाने वागली मी. त्याला दुखावले मी आणि त्याच्या कडे वळून बघू पण नाही शकलो मी.. माझ्या एका चुकीमुळे एका मुलाची पूर्ण जीवन ईकडे तिकडे झाली... मी एक मुलगी असुन जी आपले सुंदर स्वप्न घेऊन त्याच्या घरी आलेली मी त्याचे सर्व स्वप्न तोडून टाकले आणि या कारणांमुळे तो आपल्या घरी आई बाबाकंडे पण नाही गेला.. (मायराच्या मनामध्ये विचार करत आहे शंतनुचा बद्दल)

(सकाळी ऑफिस मध्ये बाजूला एका ठिकाणी तेच पुन्हा भेट)

मायरा- Hi शंतनु काय झालं? मध्ये च कुठे गायब झालात...

शंतनु- Hello नाही काही नाही गं मी इकडे आलो कामानिमित्ताने...

मायरा- By the way... तुम्हाला कुठे जायचे आहे का?

शंतनु- हो मला एका ठिकाणी जायचे आहे कामासाठी आणि तु कुठे जाणार आहे का..

मायरा- हह हो मला ही जायचं आहे काही ठिकाणी तेच काम (मनात विचार नकळत)

शंतनु- Okay चला मी टॅक्सी ने चाललोय तुला सोडून देतो म्हटलं ये मायरा आपण जाऊ..

मायरा- अरे याची काय गरज तुम्हाला उगीच त्रास....

शंतनु- अरे यार एक मित्र दुसऱ्या मित्राची मदत नाही करु शकत का...

मायरा- बरं okay शंतनु येते मी तुझ्या सोबत..

(टॅक्सी मध्ये एकत्र मागे बसून एकमेकांशी बोलतात)

शंतनु- are you comfortable? मायरा

मायरा- Yes comfortable.. Thanks शंतनु..

शंतनु- Welcome..

मायरा- अच्छा मला हे सांग की ऑफिसमध्ये काय काम करतेस तू...

शंतनु- एका मिडिया कंपनीमध्ये कॉपी रायटर चा जॉब करतो..

मायरा- मला माहिती नव्हतं तुला रायटिंग मध्ये इंटरेस्ट आहे ..

शंतनु- मला पण नाही माहिती.. पण जेव्हा एकटं राहून कळलं की दुसरी कोणती कला नाहिये माझ्यात... बस काय मला थोड फार लिहीण्याची आवड आहे...

मायरा- Ohh that's good ..

शंतनु- बस.. बस... हे बघा माझ ऑफिस आलाय.. Okay चलो then have a good day and by take care मायरा...

मायरा- You too....

ती टॅक्सी कार मधून उतरली आणि तो ऑफिसला गेला. पण ती मात्र ऑफीसला नाही जाऊ शकली ती इथेच थांबून संध्याकाळ पर्यंत त्याची वाट पाहू लागले. तो संध्याकाळी ऑफिस सुट्टी होताच बाहेर त्याच्या बरोबर एक मुलगी आली होती त्यावेळी तिला दिसला बाहेर उभा राहीलेला त्याला..

मायरा- Hii शंतनु!!

शंतनु- तु इथे...

मायरा- हा मी विचार करत होतो की आपण कॉफी शॉपकडे चाललोय तर so आपण तुझ्यासोबत जाऊ म्हटलं कॉफी प्यायला चालेल ना....

शंतनु- ओके मायरा चालेल...

पूर्ण चालत्या रस्त्यामध्ये मायरा काहीच नाही बोलली फक्त थोडा थोडा डोळ्यांच्या नजरेने ती शंतनुला पाहू लागला आणि आज पहिल्यांदा तिला त्याच्यासाठी काहीतरी वाटले काहीतरी फिल झाले.. तिला शंतनु बरोबर बघून एका मुलीबरोबर नाही वाटलं.. तीला वाटत होते की त्याचं घर कधी येऊच नये आणि ती असाच त्याच्या चेहऱ्याकडे बघतच राहील.. त्या चेहऱ्यासाठी जो तिला आधी कधी आवडत नव्हते.. आता तिला आवडायला लागले...

शंतनु- हं?? असे गप्प गप्प का आहात.. काय झालं मायरा... असं का बघत आहे माझं कडे

मायरा- अअअ.. नाही काही नाही शंतनु... ती तुझ्याबरोबर आलेली मुलगी कोण होती जो आता??

शंतनु- हं ती आमच्या ऑफिसतल्या स्टाफ आहे त्या सोबत काम करत असतो...

मायरा- बघून तर तस वाटत नाही...

शंतनु- म्हणजे? म्हणजे अशी कशी तु कोणाशी क्लोजली बोलू शकतेस यार...

मायरा- काय? आणि का नाही करु शकत कारण.. कारण तू माझं नवरा आहेस you got dam it..

मायरा जे बोलून गेले ते त्यांच्यात नकळत होत.. त्या दोघांमध्ये एक प्रकारची शांतता निर्माण झाली.. समोर बघणं सोडलं जवळ घर आले त्याच..

शंतनु- अरे.. अगं माझ घर मागे राहून गेलं...

मायरा- Ohh shit!!! I am sorry....

शंतनु- it's ok मायरा...

मायरा (मनात अश्रू भरून)- No am sorry for everything शंतनु... (त्याच हात पकडून)

शंतनु- हे बघा मायरा.. प्रेम एक तर होत नाही तर नाही होत... माझं होतं आणि तुमचं नाही... आपण दोघेही या गोष्टीवरून काही नाही करु शकत...

मायरा- माझ आहे ना... आता माझ तुझ्यावर प्रेम आहे शंतनु... आणि तुझ अजुनही...

हे ऐकताच शंतनुच्या डोळ्यांत टचकन पाणी आले आणि तो धावत धावत आपल्या घराकडे निघून गेला दरवाजा बंद केला, नंतर मायरा ही त्याच्या मागे गेली.

मायरा- शंतनु... ऐक ना.. प्लीज मला माफ कर.. मी छोटी शी गोष्ट समजू नाही शकलो मी.. मी खूप मोठी मूर्ख आहे... मी समजू नाही शकलो प्रेम चेहऱ्याशी नाही तर मनातुन व्यक्तीशी केल जाते... शंतनु प्लीज...

शंतनु- मला पुन्हा त्या गोष्टी मध्ये पडायचं नाही आहे किती अवघड परिस्थिती मधून स्वतः ला सांभाळलं माझ्या मला माहित... मी आता पून्हा त्यात नाही पडू शकणार.. मी तुझ्या नजरेत सावळी होते आणि

• 11 •

आयुष्यभर राहणार ना....

मायरा- मी चुकले शंतनु... I was wrong... माझ्या नजरेत तु आयुष्यातील सर्वात खुप सुंदर आहेस.. मला आता फक्त तुला बघायचेय... प्लीज विश्वास कर माझ्या वर...

शंतनु- मायरा प्लीज... आता खूप उशीर झालाय... म्हणूनच तर मी अजून उशीर नाही करु शकत...

मायरा (रडणं)- मला माझी चुक सुधारायची आहे... प्लीज... प्लीज शंतनु फक्त एक चान्स दे.. मी प्रॉमीस करतो तुला परत कधीच नाही दुखवणार तुला... फक्त एक चान्स दे मला पण आपल्या प्रेमासाठी दे... शंतनु प्लीज दार उघड शंतनु...

काही वेळानंतर फायनली शंतनु ने दरवाजा उघडला आणि मायरा ला अजून एक चान्स दिला. शंतनु ने मायराला घट्ट मिठीत घेतले.. शंतनु मायरा वर आधी पासुनच प्रेम करत होती त्या दिवसापासून ज्या वेळी लग्नासाठी मायरा चा फोटो दाखवलेलं होता. पण या वेळी त्यांनी मैत्री शी सुरुवात केली आणि प्रेम आपोआप झाले. मायरा शंतनु वर एवढे प्रेम करु लागला की ती त्याच्यासाठी काहीही करायला तयार होईल..

कधी कधी प्रेम हे आपल्या समोरच असतं आणि आपण त्याचा चेहरा ओळखुच नाही शकतं कारण आपण चुकुन जातो की प्रेम आणि चेहरा यांना वेगवेगळे समजण्यामध्ये मला वाटते की आपण थोडे पुढे गेलं पाहिजे रुप रंगामधून तरच प्रेमाच्या जवळ जाऊ शकतो आपण कारण प्रेम हा काही चेहरा नाही... प्रेम ही एक भावना आहे.. जी आपल्या सर्वांच्या ह्रदयात असते ना फक्त त्याला ओळखायचा प्रयत्न करा....

क्रमश:

(तर मित्रांनो ही होती एक सुंदर अशी छोटी शी लव स्टोरी.. जर तुम्हाला आवडली तर नक्कीच शेअर करा आणि कमेंट्स सुद्धा करा.. धन्यवाद)

धन्यवाद

(तर मित्रांनो ही होती एक सुंदर अशी छोटी शी लव स्टोरी.. जर तुम्हाला आवडली तर नक्कीच शेअर करा आणि कमेंट्स सुद्धा करा.. धन्यवाद)

www.ingramcontent.com/pod-product-compliance
Lightning Source LLC
LaVergne TN
LVHW021428240825
819400LV00048B/1080